மௌனத்தின் ஒலி

செ.இராஜாஜி

மௌனத்தின் ஒலி

கவிதைகள்

ஆசிரியர் : செ. இராஜாஜி ©

முதல் பதிப்பு : மே 2022

வெளியீடு : ஏலே பதிப்பகம்

5/175, பாத்திமா நகர், கூத்தென்குழி,

திருநெல்வேலி - 627104

தொடர்புக்கு : +91 9944992571

Mounathin oli

Poetry

by S.Rajaji ©

First Edition : May 2022

Pages: 152

ISBN : 978-93-5533-361-2

Aelay Publish

Contact : +91 9944992571

Designed by : Aelay publish team

முன்னுரை

ஒவ்வொருவரின் வாழ்விலும் பல தருணங்களில் மௌனமாக கடந்து செல்வதுண்டு ஒவ்வொரு மௌனத்தின் ஒலியும் எத்தனை வலிகளை உள்ளடக்கியது என்று இங்கே வார்த்தைகளால் செதுக்கப்பட்டுள்ளது ....

1.கண்ணீரோடு நான்

ஆயிரம்
ஆசைகள் உண்டு
அவளுடன் பேச...

புரிந்துகொள்வாய்
என்ற
நம்பிகையில்
வாழ்கிறேன்...

புரிந்துகொள்ளாமல்
புரிந்தும் கொல்கிறாய்...

உனது
நினைவையே
உறைவிடமாய்
கொள்கிறேன்...
இன்றளவும்...

இரவுகள்
அனைத்தும்
இரனமாய்
நகர்கின்றன...

யாருக்கு
தெரியும்
எனது
இரவின்
கண்ணீரும்...
காலையின்
காத்திருப்பும்...

அவளும்
அறிந்திடா
அன்பு அது...

இறைவனும்
இசைந்திடா
எனது
வேண்டுதலின்
வெளிப்பாடு....

கவலைகள்
கடலாய்
இருந்தபோதும்
கனநொடியும்
கனத்ததில்லை
அவளின்
நினைவு...

சந்தோசம்
என்ற
ஒன்று
இன்றும்
இந்நேசம் கொண்டு...

உரையாடிய
நிமிடங்களைவிட
உன் நினைவுகள்
என்னில்
திரையோடிய
நிமிடங்களே
ஏராளம்...

நிலைமகள்
நிசப்தமாய்
நிந்திக்கின்றன...

காலங்களும்
கானலாய்
மறைகின்றன...

பேசவேண்டும்
என்ற
ஏக்கங்களை
ஏந்தியே
நகர்கிறது
நாளும்...

கைபேசியின்
திரையும்
தினமும்
பிரதிபலிக்கிறது
உன்
உருவத்தை...

உருக்குலைக்க
நினைத்ததில்லை
அவள்
உள்ளத்தை...
உயிருள்ளவரை
உடன்வரவே
ஏங்குகிறேன்...

நினைவுகளை
நெஞ்சிலும்...
காட்சிகளை
கண்ணிலும்...
உணர்வுகளை
உள்ளத்திலும்...
சுமந்தபடி
விழிநீரோடு....

2.எதிர்பார்ப்பு

காத்திருப்புகள்
ஏற்படுத்தும்
காயங்கள்
கனநேரமும்
கனத்ததில்லை...

என்
எதிர்பார்ப்புகளை
எதிரில்
பார்த்திருக்கிறேன்...
காத்திருக்கிறேன்...

அருகாமையில்
கண்டிடாத
அவளது
விழிகளை
வழிகளிலாவது
கண்டிட...
வழியோரங்களில்
விழியமர்த்தி
காத்திருக்கிறேன்...

வார்த்தையால்
வாள் வீசுவாளோ..

இல்லை

பார்வையால்
போர்த்தொடுப்பாளோ...

சிரிப்பால்
சிறையேனும்
பிடிப்பாளோ...

3. மலடி

மலடி...

பிறப்புமுதல்
ஒரு
பெண்
போராடி...

இளமைமுதல்
முதுமைவரை
செந்நீர்
வழிந்தோடி...

வாழ்க்கை
துணையாக

ஆண்மகனே
உன்னை
நாடி...

ஓடிவந்த
எனக்கு...

உன்னால்
கிடைக்கப்பட்ட
பட்டமும்...
சமூகத்தால்
கொடுக்கப்பட்ட
பட்டமும்...
வதைக்கின்றன

என்னை
மலடியாக...

ஆண்
மகனே!!!

உன்
இளமையின்
செயல்களால்...

என்
முதுமையின்
முற்றுபுள்ளிவரை
மலடியாய்
மாண்டிடுவேனோ...

ஆண் மகனே!!!

இனிமேலாவது
தோண்டிடு
கேடான
எண்ணங்களை
வேரோடு...

சமூகமே!! !

இத்தோடு
நிறுத்திடு
வலி தரும்
வார்த்தைகளை...

இதனால்
பாதிப்பது
உனது
பாசங்களும்...
பந்தங்களுமே...

திருத்தம்
என்பது
திருத்தமாக இல்லாமல்
சீர்திருத்தமாக
இருக்கட்டும் ...

மாற்றம்
என்பது
மாற்றமாக இல்லாமல்
மனமாற்றமாக
இருக்கட்டும்...

வாழவந்த
பெண்களை
வாழ்விழக்கச்செய்வது
வார்த்தைகளே....

மலடியாய்
மாண்டிடாமல்...

மலடி
என்ற சொல்
மாண்டிடட்டும்...

4. மகள்

மகள்

இவள்
நான்
பெற்றெடுத்த
பேரதிசயம்...

நான்
சுமந்திருந்த
சுகந்தம்...

என் அவனின்
கண் அவள்...

நாங்கள்
தேடி
பெற்ற
தேவதை...

மழலை
அவளின்
வார்த்தைகளும்
வந்தளிக்கின்றன
வசந்தத்தை...

அழகிற்கே
அழகூட்டும்
என்
அழகி....

அழகி
அவள்
மழலை பேச்சை
தாய்
நான் பழகி...

மகிழ்கிறேன்
மனம் நெகிழ்கிறேன்...

5. வெந்து தணிந்ததோ

நேசித்தவர்களின்
சிறு
மாற்றங்களும்...
பெரும்
சீற்றங்களாகவே
கடக்கின்றன
மனதில்...

தோற்றங்கள்
காணா
தொன்மையான
காதல்
என்றிருந்தேன்...

மாற்றங்கள்
அடைந்து
மனம்மாறி
போகுமோ !!!

பாசம் மாறி
பாரமாகாது
என்றிருந்தேன்....
ஆனால்
வேசமாக மாறி
வெந்து
தணிந்ததோ...

என்னுள்
கேள்விகள்
ஆயிரம்
ஊற்றெடுக்க...

அதிற்கான
பதில்கள்
பலவும்
பதுக்கப்படுமோ !!!

6.காதல் மீளுமா !!!

நினைவுகளில்
நீந்திச்செல்கிறேன்...
காதல் என்னும்
கடலில்...
வாழ்க்கை என்னும்
கரையை நோக்கி...
வாழவேண்டும்
உன்னோடு...
இல்லையெனில்
வீழவேண்டும்
மண்ணோடு...

வருகிறேன்
உனக்காக...
உன் இதயம்
தருவாயா
எனக்காக...

காத்திருக்கிறேன்
காதல் மீளுமா !!!
இல்லை
காலங்கள் நீளுமா !!!

7. பணிவு

பணிவான
எண்ணம்
கொண்டு
பண்புகளை
வளர்திடு...

கனிவான
கருத்துக்கள்
தெளிவாய்
உரைத்திடு...

இவை
இரண்டும்
இருப்பின்....

துணிவும்
துணிச்சலாய்
உன்னை
சேர்ந்திடும்....

8.பாலைவன காதல்

உனக்காக
எழுதிய
ஒவ்வொரு கவிதையும்
ஊமையாகவே
நகர்கிறது...

படிப்பதற்கு
நேரமில்லையா...

இல்லை

வருவதற்கு
பாதையில்லையா....

பாதையற்ற
பாலைவனத்தில்
விதைக்கப்பட்டதோ
நம் காதல்...!!!

கரையற்ற
கடலில்
வீசப்பட்டதோ
என் நேசம்... !!!

கானாமல்
போகும்
காதல்தேசத்தில்...
கண்டெடுத்ததாக
காட்சிப்பிழை
தோன்றியதோ...!!!

9.நிழலாக நானிருப்பேன்

விடிகின்ற
பொழுதும்...

நான்
மடிகின்ற
பொழுதும்...

உன்
நினைவே...

இப்பொழுதும்
எப்பொழுதும்
முப்பொழுதும்
உன்னையன்றி
வேறு நினைவேது....

நிழலாக
நானிருப்பேன்
நீங்காமல்
தான் இருப்பேன்...

மழையான
இன்னல்களிலும்
குடையாக
நான் இருப்பேன்...

10.வருவாயா!!!

என் இதயத்தின்
இதயமானவளே...
என் இமைகளிடையில்
இணைந்தவளே...
பசுமை மலையில்
பிறந்தவளே...
பாசமிக்க பண்பு
உடையவளே...
தேடியும் கிடைத்திடா
கனியமுதே...
என்றும் இவன் மனம்
உனதே....
காதலின் அழகியலை
கண்முன் தர வருவாயா

11. மென்மை

வார்த்தைகள்
வங்கிகளாய் மாற...

வழக்குகளும்
நம்மில் வந்து கூட...

காலங்களும்
விரைவாய் ஓட...

மென்மையான மேகங்களும்
என்னை மூட...

தொலையாத உன்னை
தொலைத்ததுபோல் தேடுகிறேன்
என்னில்.....

12.காதலி

ஒரு போதும்
பிரிய
நினைத்ததில்லை

என்
பிரியமானவளை....

காயப்படுத்த
என்னவில்லை

என்
காதல்
கார்முகிலை...

ஆசைப்படுகிறேன்

நினைவுகளின்
நிழலிலாவது
நிலையாக
நின்றுவிட...

உதிரி
தள்ளும்
உறவுகளின்
மத்தியில்

என்னுடன்
உயிராய்
நின்றவள்...

இன்று

பயிராய்
வாடுகிறாள்

எனது
கோபத்தணலில்...

இருக்கும்
நேரமும்...

இறக்கும்
காலமும்...

என்னவளுடனே...

பார்க்கவே
துடிக்கிறது
பாவி மனம்...

இப்பொழுதும்
முப்பொழுதும்...

இவளையே
எழுதும்

என்
பேனா
எப்பொழுதும்...

கவிதையாக....

13.சாட்சி

விடியும்
நேரத்திலும் ...
இமையின்
ஓரங்களில்
வழிந்தோடும்
நீரே...
அவள்
நினைவுகளின்
சாட்சி...

14.அழகு

பேசியபோது
அவள் வார்த்தையும்...
பேசாதபோது
அவள் நினைவும்...
பேசவில்லையென்ற
அவள் கோபமும்...
அழகு.....

காணும்போது
அவள் கண்களும்...
காணதபோது
அவள் பிம்பமும்...
உரக்கத்தில்
அவள் கனவும்...
காலையில்
அவள் நினைவும்...
அழகு...

அவள் என்றாலே
அழகு...
அதிலும்
அவள் பேரழகு...

15.இவளே

அலையாக
வந்தவளே...

என்னை
அடித்துப்போனவளே...

என்
அழகற்ற பொழுதுகளையும்
அழகூட்டிச்சென்றவளே...

நிலையில்லா
என் வாழ்வில்
நிழலாக வந்தவளே...

என்றும்
எந்தன்
சேய்
இவளே...

16.என் தேடல்

என்
தேடல்களில்
நீ
ஓடி
போகின்றாய்...

உன்னை
தேடியே
என்
மனம்
வாடிப்போகின்றேன்...

17.அநாதை

இது

நான்
தேடிப்பெற்ற
பெயரில்லை...

என்னை
தேடாது விட்ட

என்
தாயின்
தயவு...

தனக்கென
வாழ்க்கையை
தேடிவிட்டு

எனக்கான
வாழ்வை
அழித்தாயே...

ஒருநாளாவது
வா
நீ
என்னை
அழைத்து
செல்வதற்காக
அல்ல...

ஒருமுறையேனும்
உன்னை
பார்த்து
நான்
அழைக்கவேண்டும்
அம்மா என்பதற்காக...

அழுகிறேன்
அளவில்லாமல்...
ஏன்
என்று
கேட்கக்கூட
ஆளில்லாமல்...

பசிக்கத்தான்
செய்கிறது...

யாரிடம்
கேட்பேன்...

மணி ஓசைக்கு
மட்டுமே
வழங்கப்படும்
உணவை...

வருவாயா அம்மா...

18. போனால் போகட்டும் போடா

31

அன்பு விட்டுச்சென்றது...
ஆசை விலகிப்போனது...
இன்பம் மறைந்துபோனது...
ஈதல் ஒழிந்துகொண்டது...
உண்மை உடைந்துபோனது...
ஊரும் ஒதுக்கிவிட்டது...
எண்ணங்கள் ஏங்கிகொண்டன...
ஏக்கங்கள் கூடிகொண்டன..
ஐயமும் வந்து சேர்ந்தது...
ஒற்றுமையும் ஓய்ந்துவிட்டது...
ஓட்டமும் நின்றுவிட்டது...

எத்தனை எத்துடன்
விட்டுச்செனறாலும்...

நம்பிக்கையும், முயற்சியும்
கையிலும் நெஞ்சிலும்...
ஏந்தியபடி ஏற்கிறேன்...
ஏழைமகன்...

19.ஏலாத ஏழைகள்

ஏலே இனியா...
எந்திரிலே...

விடிஞ்சிறுச்சு
ஓடிஞ்ச காலோட
எந்திரி...

படுத்து
இருந்தா...
மடுத்துரும்ல..
நீ கண்ட
சொப்பனம்லாம்...

சர்க்காரு
வேலைக்காக
தேர்வு எழுத
போக
காசு இல்லாம
சரக்கு இரயில்ல
போனியே
நினவிருக்கா...

கிழிசல்
இல்லாத
கால்சட்டைக்காக...
கிழிஞ்ச
உன்
அப்பன்
மேல்சட்டையை
கிழித்தோமே
நினைவிருக்கா...

எம் புள்ள
கெத்தாவாழனும்னு
செத்து பொழைச்ச
உன்
அப்பன்
உழப்பு
உணர்விருக்கா...

ஓட்ட
கம்மல்
ஒன்னு
போட்டுருந்தேன்...
அத வித்து
பூட்சு வாங்கிப்புட்டேன்
எம் மகன் உன்
ஓட்டத்துக்கு...

சொத்துனு
ஒன்னுமில்லலேே...
உன்னயும்
உன் தங்கச்சியும்
தவிர...

ஏலாத
எங்களுக்கு
இனி
ஏலாதப்பா...

வயசும்
அறுவதாச்சு...

கூடபிறந்தவ
கூனியிருக்கா
கூண்டுக்குள்ளயே...
நாங்க
மாண்டு போகுள்ள
அவளுக்கு
மணம்முடிச்சு
பாக்கனும...

20.வாழ்க்கையான வார்த்தைகள்

நினைவுகளில்
நிலைத்துவிட்டாய்...

நீங்கிவிடகூடாதென
ஏங்கி நிற்கும்
எளியவனின்
மனம்
ஏமாற்றம்
சகிப்பதில்லை
சகியே!!!

காயங்கள்
தரிக்கவும்...
நியாயங்கள்
ஏற்கவும்...
நிராகரிப்பதில்லை...

வார்த்தைகளை
வாழ்க்கைகளாக
எண்ணியே
வாழ்கிறேன்...
வழக்குகளால்
வலுவிழந்து
போகுமோ..
நான்
வர்ணித்து
வாழ்ந்த
என்
அவளின்
வார்தைகள்...

காத்திருப்பேன்
காலம் முழுவதும்
என்னில்
கோலமிடும்
உன்
விழியின்
சம்மதிற்காக...

21.வண்ணநிலா வாடிருச்சே

மறந்தாய்

துன்பத்தின்
வேலையிலே
முயற்சியை
மறந்தாய்...

வசதியின்
வாசலிலே
வந்த
வழியை
மறந்தாய்...

பணத்தின்
பகட்டாலே
பந்த பாசத்தை
மறந்தாய்...

பெற்று
பேணிகாத்த
அன்னையை
பேண
மறந்தாய்...

தூக்கி
தோளில்
சுமந்த
தந்தையை
தூக்கியெறிந்தாய்...

ஊரெல்லாம்
உன் பேச்சு...
நான்
என்ற
ஆணவம்
ஆயாச்சு...

பெத்தெடுத்த
பெற்றோரை
வீதியில
விட்டாச்சு...

வீசுதப்பா
வீதியெல்லாம்
உன் மணம்....
ஆனா
கருகிப்போச்சு
கருவில்
சுமந்த
பெண் மனம்...

தேடிவந்த
தேவதையா
பணமிருக்க...

தேடிவந்த
தெரியாதவன்
உணவளிக்க...

கோவில்
வாசலில
குணவதி
குடியிருக்க...

வாழவச்ச
வண்ண நிலவு
வாடிருச்சே!!!

22.சாய் செளஷி...

சாய் செளஷி...

வாசியப்பா.. வாசியப்பா...
கவிதையை வாசியப்பா
அதிலும்,
இவள் வேற்றுகிரகவாசியப்பா...

வேற்றுகிரகதிலிருந்து
வந்ததால் என்னவோ...
மனிதர்களைபோல்
அல்லாமல்...
வேற்றுமை துறந்தவள்...

எதிர்பார்ப்புகளின்றி
ஏமாறும் குணமுடையவள்...

யாரிடமும் ஏமாறுவாளே
தவிர,
ஏமாற்றுவதில்லை...

பிரம்மனே
பிரம்மிக்கும்
பிஞ்சுள்ளம் கொண்டவள்...

காதலிக்க
தூண்டும்
கார்முகிலாம்
அவள் கண்கள்...

அவளது
செய்கைகளால்
அடிமையாக்கும்
சிறுபிள்ளைதனமானவள்...

இதுபோல
குணங்களை
எதிர்பார்த்தே
ஏமாந்து கொண்டிருக்கிறோம்...

பூமியில்
இல்லையப்பா...
புன்னகையான பெண்கள்...

பொன்நகைகளை
போர்த்திக்கொள்ளவே
போர்த்தொடுக்கின்றனராம் வீட்டில்...

பொன்நகைகள்
விரும்பா
புன்னகைகள் கொண்ட
பெண்கள்
புலம்பெயர்ந்துவிட்டனர் போல்
புது கிரகங்களை நோக்கி...

எனதருமை
பாரதியின்
புதுமை பெண்களே..
பொன்நகைகள் அன்றி
புன்னகைகள் தரியுங்கள்...

இந்த புன்னகை
உங்களை மட்டுமின்றி
உங்கள் சொந்தங்களையும்
சகமனிதர்களையும்
காயப்படுத்துவதில்லை...

23.உவதாமல் போன உத்தமன்

சித்திர
கவிஞனாம்...
சிறுபிள்ளை
குணமானவனாம்...
நித்திரை
மறந்தவனாம்...
நித்தமும்
உழைத்தவனாம்...
மென் தரை
ஏதுமின்றி
மண் தரையில்
கிடந்தவனாம்...
பொன்மேனி
பூட்டாதவனாம்...
புண் மேனி
ஆனவனாம்...
ஓடி ஓடி
உழைத்தவனாம்...

இன்று,

ஒருவேலை உணவுக்காக
கோவிலின் ஓரங்களில்...
தஞ்சம் புகுந்தவனாம்...

ஆசைகளும் இல்லை...
இனி ஓசைகளும் இல்லை...
ஓய்ந்து ஓரமாக
அமர்ந்துவிட்டான்....
பிள்ளைக்கு
தொல்லையில்லா அப்பனாக...

நெஞ்சம் என்னும்
வனத்தில் ...
இனியேனும் மிஞ்சுமா
மனிதம் ...
இல்லை
வசதிகள் மட்டுமே
ஆகுமா புனிதம்...

24.அவளின் இசை

நிற்காது
பொழியும் மழை...

ஓய்வின்றி
வீசும் காற்று...

நின்றுபோன
மின்சார இணைப்பு...

சார்ஜ்
இல்லாத
கைபேசி...

ஆனாலும்
கேட்கிறேன்
அழகான
இசையை

அவள்
கொடுத்த
ஹெட்ஃபோனில்...

அவள்
குரலை இசையாக
கேட்டபடி...

25. நண்பன்

நண்பன் இவன்

கடலான வாழ்வில்
முத்தாக வந்தவன்...

அலைகளாம் அன்பினால்
என்னை வீழ்த்தியவன்...

பேரலைகளாம்
பெருந்துயர் வந்தபோதும்...

கரைகளைப்போல்
கரம் கோர்த்து...
உடன் நின்றவன்...

தன்னலமின்றி
என் நலத்திற்காக வாழ்ந்தவன்...

பவளச்சிரிப்பு உடையவன்...
பாலை நிலத்தில் பிறந்தவன்...

ஈன்றவளை இழந்த
ஈதல் மன்னன்...

எளியவன் ஆனபோதிலும்
அன்பினில் பெரியவன்...

பாகுபாடு காட்டாத
பாசத்தின் அரசன்...

26. பிச்சைக்காரன்

பணம்
உடன்
இருக்கும்
வேளையிலே
பாசத்திற்கு
பிச்சைக்காரன்....

பாசம்
உடன்
இருக்கும்
வேளையிலே
பணத்திற்கு
பிச்சைக்காரன்....

காதல்
கொண்ட
வேளையிலே
வேலைக்கு
பிச்சைக்காரன்...

வேலை
பெற்ற
பொழுதினிலே
காதலுக்கு
பிச்சைக்காரன்...

விதியின்
சதியினால்
வீழ்ந்திடா
பிச்சைக்காரன்....

ஒவ்வொரு
பிச்சையும்
மனதில்
காய்ந்திடா...
பச்சையாய்
கனக்கின்றது ...

இப்பிச்சைகாரனின்
வாழ்வில்
வறுமை
மட்டும்
வசதியாய்
வாழ்கிறது...

27. பிம்பச்சிறை

அழகிய காலை பொழுதாம்...
ஆதவன் உதிக்கும் பொழுதாம்...

இனிய பறவைகளின் குரலாம்...
ஈதல்களின் இலக்கணமான.
பறவைகளின் வரவாம்...

உன்னதமான நினைவாம்...
ஊசலாடுவது போன்ற கனவாம்...

என்னவளின் வரவாம்...
ஏக்கங்கள் நிறைந்த மனதாம்...

ஐம்பூதங்களும் சாட்சியாய் இருக்க...

ஒத்த மரத்தின் நிழலிலே...
ஓரமாய் நின்ற வேலையிலே...

வந்ததாம் வாகனம்...
அதுவே எதிர்காலத்தின் காரணம்...

என்னவளோ இறங்கிவர...
என் கண்களோ
ஓரமாய் நின்ற காரின்
கண்ணாடியை நோக்கி சென்றுவர...

அது பெற்ற பாக்கியமோ என்னவோ...
அவளின் பிம்பம் கண்ணாடியல் விழ...

முகமெல்லாம் மலர...
மனமெல்லாம் சிலிர...

வின்னை நோக்கி
கண்ணடைக்க...

புரியாத உணர்வாம்...
புரிந்துவிட்ட உறவாம்...

என்னவள் நீ எங்கு இருப்பினும்
உன் அவன் நான் வந்து நிற்பேன்...

வாழ்நாளெல்லாம் வாழ்ந்திருக்க...
உன் அன்பில் என்றும் வீழ்ந்திருக்க...

28.உண்மை

பேனா

இது
நான்
எழுத
அவன்
கொடுத்த
அவன்
உதிரம்....

தாள்

இது
என்
எண்ணங்களை
வண்ணங்களாக்கிய
வள்ளல் ...

எழுத்து

இது
என்
கருத்துக்களை
கவிதைகளாக்கிய
காவியம்...

சொற்கள்

இது
நான்
கோர்த்த
எழுத்துகளின்
சங்கமம்...

கவிதை

இது
தேடிய
கருத்துக்களின்
சந்திப்பு....

29. பயிர் அல்ல உயிர்

மக்களே...

பயிர்ப்பித்தவனை
இன்று
உயிர்ப்பிக்க
யாருமில்லை...

உணவளித்தவனை
இன்று
உண்ணும் போதும் கூட
உணர்வதில்லை...

தேடி
அலைகிறான்...
நீங்கள்
தேடாமல் உண்ண...

வாடி
திரிகிறான்...
உன்
சந்ததி
வாடாதிருக்க...

அவன்
ஒருபோதும்
எதிர்பார்த்ததில்லை
ஆடம்பர வாழ்வை...
அளவான
வாழ்வையே
எதிர்பார்க்கிறான் ....

அது
இன்றளவும்
அவனுக்கு
எட்டா கனியாக...

காயங்கள் தரித்து
சாயங்கள் இழந்து
கோழையான
ஏழையாகவே
இறக்கிறான்....

அவன்
இன்னல்கள் சகித்து
விளைவிப்பது
பயிரை அல்ல
உயிரை......

30.சாரல்

ஓர்
அழகிய
மாலை வேலையில்...

அற்புதமான
சாரல்
பொழிகையில்...

அச்சாரலில்
மனம் இழகி
நனைகையில்...

எங்கிருந்தோ
ஒரு
நிம்மதி...

முழுமதி
முகத்திரையை
கழற்றியதுபோல்...

வர்ணன்
வண்ணங்களை
பொழிகிறானோ !!!

இல்லை

பூமாதேவி
பொற்சிதறள்களை
பரிசாக பெருகிறாளோ!!!

என்னையும்
என் மனதையும்
நனைத்த சாரல்
சில நிமிடங்களில்
விடைபெற்றாலும்...

அதன்
ஈரம்
இன்னும்
காயாமல்
என்
மனதில்...

இப்படிப்ப
ஈரங்கள்
நினைவின்
ஓரங்களில்
என்றும்...

31. தொலைபேசி

இது
அவளது
நினைவு...

தொலைவுகளை
குறைவாக்கி...
மனதினை
நிறைவாக்கும்...
பொக்கிஷம்...

வார்த்தைகளால்
அவள்
உருவத்தை
என்
மனதினுல்
புகுத்தும்
புத்தகம்...

அவளது
அழைப்புக்காக
நான்
காத்திருக்கும்
காத்திருப்புக்கூடம்...

32. மெய் கிறுக்கன்

திகட்டாத
பொழுதுகளும்...

தித்திக்கும்
நினைவுகளும்...

மீட்க முடியா
கனவுகளும்...

மீட்டெடுத்த
சில நினைவுகளும்...

என்னிலிருந்து
நீங்க மறுக்கின்றன...

மீள
எண்ணும்போதெல்லாம்...
மீண்டும், மீண்டும்
வீழ்கிறேன்...

இதன் காரணம்
உனக்காக
கவிதைகளாக கிறுக்கிய
பேனாவின் மையா !!!

இல்லை,

காதல்
இன்றளவும்
கானலான பொய்யா !!!

"மை " கிறுக்களில்
"மெய்" கிறுக்கன்
ஆனேனோ !!!

33.துன்பம் ஒரு போதிமரம்

துன்பம்
ஒரு போதிமரம்
அதை
வென்றெடுத்தால்
உன் வாழ்வு
சோதிபெறும்...

துன்பத்தின் வாயிலிலே
துயிலெழும் வேலையிலே

வாழத்தான் வந்தவனை
வீழ்த்தத்தான் பார்த்தாயே

விதியின் சதியால்
மதியும் மனம் வாடியதோ!!!

முயற்சியின் முனைப்பால்
முன்னேறவே விரும்புகிறேன்...

பயிற்சியின் பலன்களும்
பயனற்று போகுமோ!!!

சோர்வுகள் சோதித்தாலும்
கனவுகள் கலங்கினாலும்...

சோதனைகளையும்
வேதனைகளையும்
சாதனையாக்காமல்...
சாய்வதில்லை விதியே!!!

34. இறைவா

கேட்க வேண்டும்
என்ற
ஆசையில்...

கேட்காத
செவிகளுடன்...

செவிசாய்த்து
சாய்த்து...
காத்திருக்கிறேன்...

என்
பேச இயலாத
மகனின் வார்த்தைகளுக்காக....

தூக்கங்களை தூரமாகவும்...
ஏக்கங்களை ஏராளமாகவும்...
கஷ்டங்களை கடலாகவும்...
வாரி வழங்கிய என் வள்ளல்...
இறைவா...
உன் கண்களில்
ஈரம் குறைவா...
வரம் ஒன்றையேனும்
தரவா...
ஏழை மகள்
இவள் உயிரையேனும்
காணிக்கையாக தரவா!!!

35.காதல் தீவுகள்

வராத
அழைப்பிற்காக
வாழ்க்கை
முழுவதும்
காத்திருக்கும்
வசந்தமே
காதல்....

குறுச்செய்தி
என்ற
பெயர்
கொண்டதால்
என்னவோ
குறுஞ்செய்தியும்
குறுகிப்போனது...

ஆசை
என்னும்
கடலிலே
காதல்
என்ற
படகில்
பயணிக்கும்
பயணியாய்
வாழ்வு...

எல்லையில்லா
கடலில்
திருமணம்
என்னும்
தீவை
தேடியே
பயணம்....

ஏழை
என்னை
கண்டதும்
தீவுகளும்
தீண்ட
மறுக்கின்றன...

தீண்டாத
தீவுகளும்
மணலைபோல்
உறிஞ்சுகின்றன
மாசற்ற
மனங்களை...
மங்காத
குணங்களை...

கடலான
கனவுகளின்
மத்தியில்...
தீவுகளாய்
அவளின்
நினைவுகள்...

36.ஆயத்தமான ஆயுதம்

என் அவள்
என்று
மனதில் அன்புடன்
ஆயத்தமாய்
வந்த அவனுக்கு...

காத்திருந்தது
அவளிடத்தில்...

இவன் அல்ல
என்னும் வார்த்தை
ஆயுதமாக...

37.அவள் ஒரு தீ

அவள் ஒரு தீ
அழகிய தீ..

அன்பினால்
என்னை மயக்கி...

வார்த்தைகளால்
என்னை உருக்கி...

சென்றுவிட்டால்
மனம் கருக்கி...

எண்ணங்களால்
என்னை செதுக்கி...

எடுத்துக்கொண்டேன்
எழிழ்மிகுத்தி....

வருடமெல்லாம்
வலி நிரம்பி...

வாழந்திருந்தேன்
அவளை
விழியின்
அகம் நிறுத்தி

வழியெல்லாம்
விழியமர்த்தி...

காத்திருப்பேன்
உயிர் நிறுத்தி...

38. யாருமில்லா கடற்கரை

நினைவுகளை நெஞ்சில் ஏந்தி
நடக்கிறேன் நடைபிணமாய்...
அவளின் அன்பெனும்
ஆழ்கடலை நோக்கி...
கடற்கரை மணலில் பதிந்த
காலடி சுவடுகளை விட...
என் மனதில் கனக்கின்றன
அவளின் காதலின் சுவடுகள்...
அவளுடன் வாழ எண்ணி
வந்த நான்...
வெறுமையாகவே திரும்புகிறேன்
வீட்டை நோக்கி தினமும்...

39.எல்லை

மனிதா!!

நீ

எல்லையுடன்
வாழ்ந்திடு...

எல்லையின்றி
உதவிடு...

முல்லை
பூவாய்
சிரித்திடு...

எல்லை
வகுக்கப்பட்டது
மாகாணங்களுக்கே

அன்றி

மனிதர்களுக்கில்லை...

மனிதன்
மனிதத்துடன்
வாழ்வானெனில்...

மாகாணங்களுக்கு
மத்தியில்
எல்லை எதற்கு...

எல்லை
என்ற
சொல்லை
பயன்படுத்துவதில்லை
இனி உதவுதலில்....

40. வெறுக்கப்பட்ட காதல்

இமைப்பொழுதும்
நினைத்ததில்லை ...
என்னை
இமைக்காமல் கூட
நினைத்திருந்த
என் அவனை...

நினைப்பதெல்லாம்
நிரந்தரமாகாது...
என எண்ணி
அவனை வெறுத்த
எனக்கு ...

இன்று
நினைவுகள் மட்டுமே
துணையாக...

என்
அவனோ
கண் எட்டா
தொலைவினில்
பிணமாக!!!

41.வாழ்வு

தொலைவில்
நீ....

தொலைந்த
நான்....

தொலையாத
நம் நியாபகங்கள்...

நிஜங்களை
நினைவாக்கி....

நியாபகங்களை
பலமாக்கி...

வார்த்தைகளை
வாழ்வாக்கி...

வாழ்கிறேன்
நான்...

நீ வருவாய்
நல்வாழ்வு தருவாயென....

42.அப்பா

அப்பாவின்
மேல்சட்டையை
நான் எடுத்து...

அம்மா
காத்துவைத்த
பொக்கிஷத்தை
தான் எடுத்து...

ஆசையுடன்
தான் உடுத்து...

வாடி நின்ற
பொழுதினிலே...

வாழவைத்த
என் வான் அவனை
நினைத்துருகி
நின்றிருக்க...

காலங்கள்
கடந்தது
இன்றும்
என்னில்
கனவாகவே...

என்றும்
என் தகப்பன்
எங்கள்
நினைவாகவே...

43.கானல் நீர்

நான்
கண்ட கனவுகள்
அனைத்தும்,
கானலாய்போகும் தருனங்கள்
அதுவும்
கண் முன்னே!!!
அவளின்
நினைவுகள் அத்தனையும்
நிரந்தரமாக என்றும் என்னில்...
மாய உலகில்
மாய்நதிடா
அவளின் நினைவுகளின் மத்தியில்
மரத்து நிற்கிறேன்...
மரத்தன்டையில்...
மனநலம் குன்றியவனாக!!!!

44.காதலின் காத்திருப்பு

காத்திருப்பேன்...

காலங்கள்
கரைந்தாலும்...

நாட்கள்
நகர்ந்தாலும்...

நிமிடங்கள்
நீண்டாலும்...

நீ

என்னை
மறந்தாலும்,
இல்லை
மறுத்தாலும்...

காத்திருப்பேன்
காலத்தின்
இறுதிவரை...

என்
உறுதியான
காதலுடன்...

காதலில்
காத்திருத்தல்
புதிது அல்லவே...

காத்திருத்தலில்
என்
விழிகளும் கூட
பூத்திருக்கின்றன...

வராத
உன் வரவை
எண்ணி....

45.எல்லோரும் படிக்க

ஏமாற்றியவன்
ஏணியிலும் ..
ஏமாந்தவன்
ஓட்டை
தோணியிலும்...

என்னடா
என்று
ஏற்று
பார்க்கும்முன்னே...

போங்கடா
என்று
போகச்
சொல்கிறது
வாழ்க்கை...

என்ன
செய்வதென்று
தெரியாமல்..
திகைத்தவனாய்
நான்...

கூறுங்கள்
உங்களின்
வார்தைகளை...

46. போர்

நீ
போரிடு...

இல்லை

உன்

நாட்டிற்கான பெயரிடு...

கோடிகள்
கொட்டி குவியும்
உன்னில்...

தேடியும்
கிட்டாத என்னில்(வசதி,பணம்)

தேடி வந்து
அழிப்பதும்...

பல மக்களின்
வாழ்வை ஒழிப்பதுவும்
தான் வீரமா...

எந்நிலை நேரினும்
இந்நிலையில் தான்
நான்...

வாழ ஆசைப்படும்
எனக்கு...
நீ
ஆண்டால் என்ன...
அவன்
ஆண்டால் என்ன...

என்னை வாழவிடு
இல்லையேல் வழிவிடு.....

47. ஏ(மாற்றம்)

உறுதியாக
உடன்
நின்றவள்...

இன்று

உரையாடலிலும்
உடன்
நிற்பதில்லை ...

தூரங்கள்
தூரமானதாலோ ?

நேரங்கள்
நெருங்குவதாலோ?

உறவுகள்
உணர்த்துவதாலோ?

பிடிக்காத
திருமணமும்
இன்று
நறுமணமாகியதோ ?

பிடித்த
உன்மனமும்
இன்று
பின்வாங்கியதோ?

இமைகளையும்
இமைக்காது...

இரவும்
பகலுமாய்
நினைத்தவனை....
நிசப்தமாய்
நீங்க முயன்றாயோ?

48.திருநங்கை

அலையலையா
வந்தவங்க..

அம்மானு
சொன்னவங்க...

ஹார்மோனின்
மாற்றத்தாலே...

மாறிபோன
எங்களையும்...

வார்த்தையாள
வாழ்விழக்க
வச்சாங்களே...

உயிர் கொடுத்த
உத்தமியும்
ஊமையாக
ஆகிப்புட்டா...

எம்மகன்னு
சொல்லி வளர்த்த
எங்க அப்பனும்
எங்க வந்தனு
ஏசிபுட்டான்...

எங்க போவேன்
ஏழ சிறுக்கி...

உடலளவில்
மாற்றம் ஏற்பட்டாலும்
மனதளவில்
மனிதன் தானே...

ஆதரிக்க
தாயிருந்தா?
என் மனம்
இன்று
கொந்தளிக்க கூடுமோ?

49.மீனவன்

மீனவன்...

இவன்
வாழ்க்கை
என்றும்
தண்ணீரிலே...

கடலில்
தண்ணீராகவும்...

கரையில்
கண்ணீராகவும்...

தண்ணீரும்,
கண்ணீருமான
வாழ்க்கையில்...

இவனின்
செந்நீரும்
பல சமயங்களில்...
சேர்ந்தே
செல்கின்றன...
அண்டை நாடுகளுக்கு...
சித்தரிக்கப்பட்டு
சித்திரவதை செய்யப்படும்
சித்திர பொம்மைகளாய்...

50.மறுக்கப்பட்ட வாய்ப்புகள்

முயற்சியை
முதற்கண்ணாய்
கொண்டு
முயச்சிப்பவனின்
வாய்ப்புகள்...

இதுவரை
மறுக்கப்பட்டன...

இப்போது
வேருடன்
அறுக்கப்படுகின்றன...

கொடியாக
படர்ந்துள்ள
குடும்பத்தின்
வறுமைகளும்...

ஏழாதவனின்
கழுத்தில்
கயிறாக
படர்கின்றன...

நேதித்தவளின்
நெஞ்சமும்
என்
அந்தஸ்த்து அற்ற
பணியினால்
பலவீனப்படுகிறது...

ஏழனமாய்
எண்ணும்
மற்றவர்களின்
மத்தியில்...

நான்
என்றும்
தாழ்ந்தே
நின்றிடுவேனோ...

ஏராளமான
கேள்விகளும்...
என்னில்
தாராளமாக
ஊற்றெடுக்கின்றன...

51.தங்கச்சி

தங்கச்சி

இவள்
எப்பொழுதும்
என் கட்சி...

என்னுடனான
சண்டையில்
எப்பொழுதுமே
அவளே
வீரச்சி...

இவளே
கடவுளின்
பரிசாச்சு...

திருமணமத்தின்
பின்னே
அவள்
வேறுவீட்டு
பெண்ணாச்சு...

என்றாலுமே
என்றும்
அவள்
என்
இரண்டாம்
தாயாச்சு...

இதுவே
அண்ணனின்
மனசாட்சி...

52.கண்ணீர்

உன்
அன்பினில்
உரைந்தவன்...

இன்று...
உன் நினைவினில்
கரைகிறேன்...
நீராக...

கண்ணின்
நீரான
கண்ணீர்
வற்றிப்போனதால்...

கண்ணீர்
மட்டுமின்றி
என்செந்நீரிலும்
உன் நினைவே...

53. பெயர்

எழுதும்
போதொல்லாம்
விழுந்துவிடுகிறேன்...
உன்
பெயரின்
அழகில்...

54.கதகதப்பு

அருகில்
இருக்கும் சமயத்தில்
அவள்
மூச்சின் கதகதப்பு...

தொலைவின்
சமயங்களில்...
அவள்
நினைவின் கதகதப்பு...

அடைமழையில்
நனையும்போதும்
அகலாத கதகதப்பு
அவளின் நினைவினாலே...
கண்ணீரோ
என தெரியவில்லை
அதுவும் கதகதப்பாக....

55.அலைகள் ஓய்வதில்லை

அலைகள்....

தொலைவின்
சமயத்தில்
அவளது
நினைவலைகள்...

அருகாமையின்
சமயத்தில்
அன்பின்
கடல் அலைகள்...

இரவின்
சமயத்தில்
குரலின்
ஒலி அலைகள்...

முப்பொழுதும்
அலைபேசியல்
அவளது
அழைப்பின்
அதிர்வலைகள்...

எண்ணிப்பார்க்கிறேன்
என்னில்
ஏராளமான
பேரின்பத்தின்
பேரலைகள்
என் அவளால்....

56.கல்நெஞ்சம்

உலகினை

காண விரும்பி... 😍
விடியும் என காத்திருந்த
கபடம் அற்ற சிசுவுக்கு...

தெரியாதே போனது... 😞

இந்த இரவு விடிவதில்லை என்று... 🌑
அச்சிசுவின்
ஏக்கங்கள் அனைத்தையும்
தூக்கங்களாய் மாற்றிவிட்ட

துயரங்கள்... 😔
கருவினை களைக்கும்
அனைத்து கல்நெஞ்சங்களுக்கும்
சமர்ப்பனம் ...

57.பெட்ரோல்

நூறை
தாண்டி
பயணிக்கிறேன்...

வீறு கொண்ட
வளர்ச்சியுடன்...

அறிவில்
ஆகச்சிறந்த
மனிதா...
என்னை
அன்றி
உனக்கு
வேறு மாற்று
இல்லையோ...

58.தன்நம்பிக்கை

 செ. இராஜாஜி

மனம்
என்பது
அழுத்தப்பட்டு
இறுக்கப்பட்டு
ஒடுக்கப்பட்ட பின்பும்
எழுந்து நிற்கிறது..
ஏதோ
ஒரு
தன்நம்பிக்கையுடன்...

59. நிராகரிப்பு

நினைத்தே
நகர்கிறேன்...
நடந்தவைகளையும்
நடப்பவைகளையும்...
என்னங்களால்
எண்ணிக்கொண்டு...

மறக்கத்தான்
முயல்கிறேன்
மாண்ட
மனங்களையும்
மனிதங்களையும்...

நான்
நடந்து கடந்தாலும்...
நினைத்து விழுந்தாலும்...

வலிக்கத்தான்
செய்கிறது
வலிமையான
என் மனதும் கூட...

நினைவுகளை
நெஞ்சில் ஏந்தியே
நிறைவு பெருகிறது
வாழ்க்கை
நித்தமும்

மௌனத்தின்
ஒலி
மனதில்
இன்றளவும்
மௌனமாகவே
ஒலிக்கிறது...
வலிகளை சுமத்தபடி

60. வெறுமை

வெறுமையாக
இருப்பதால்
என்னவோ
வெறுக்கவேபடுகிறேன்
பல இடங்களில்...

பொறுமையுடன்
இருக்கிறேன்...

பெற்ற
தாய்க்கு
பெருமை
சேர்க்க...

சோர்ந்து
போவதில்லை...
சோகங்கள்
மாறும்வரை...

61.கவிதை

97 | செ. இராஜாஜி

ஒவ்வொருமுறை பேனாவை எடுக்கும்பொழுதும்
கவிதை எழுதவே என்னுகிறேன்...
ஆனால் ஒருமுறையும் எழுதமுடிவதில்லை...
எழுத என்னும் போதெல்லாம் ...
ஏராளமான கவிதைகள் ஆகிவிடுகின்றன
உனது நினைவுகள்...   -

62.தலை தாழ்த்தா தாய்

பாதமெல்லாம்
முள் தைக்க...

பந்தமெல்லாம்
ஒதுக்கி வைக்க...

உடைந்த மனதோடு
உடையாத நம்பிக்கையோடு
செல்கிறாள்...

தான் பிறந்த மண்ணையும்
மன்னவன் இறந்த மண்ணையும் விட்டு..

தன் மன்னவனை
இழந்த பெண் இவள் என்பதால்...

நான் உன் அவன் என்று
பலர் உறவாட தூண்டுகின்றர்....

பாரியும் கூட
காலம் மாறி அழுது தீர்க்கிறது...
அவளது மன குமுறலை கேட்டு...

கன நேரமும்
ஓய்வின்றி
உழைக்கும் உழைப்பைகண்டு
கற்சிலையும் கசிகிறது
நீரை(கண்ணீரை)

தேடல்களும்
தேடுகிறதும்
இவளைபோல் ஒருவளை...

வசதியற்ற
அவள் வாழ்வில்...
வறுத்தம் மட்டும்
வசதியாய் வாழ்கிறது...

அவள் பிம்பங்களும்
பின் நின்று நகைக்கின்றன...

உற்றாரும் இன்றி, உதவியுமின்றி
பெற்ற மகனுக்காக
பெய்து தீர்த்த அவள் கண்கள்....

இன்று
பசுமை சோலைகள் அல்ல
எரியும் ஜூவாலைகளாம்....

விடுதியில் சென்று
படித்த மகன்
வீட்டிற்கு திரும்புகிறான்...
பத்து வருடங்களில்...
அவன் படித்தது
பாடம் மட்டும் அல்ல...
தன் தாயின்
வாழ்க்கையையும்...

சென்ற மகன் திரும்ப...
பெற்ற மகள்(அம்மா)
வாசலில் ஈசலாய்
காத்திருக்கிறாள்...

பார்வை குறைந்த
அவளுக்கு...
கண் குறைபாட்டால்
காட்சிப்பிழை தோன்றியதோ!!!

அதிர்ச்சியிலும் பேரதிர்ச்சி...
வந்து நிற்பது
மன்னவன்....

மகன் அவன்
மன்னவன் சாயலில்...
அந்நாட்டின் மன்னனாக...
வந்து நிற்கிறான்...

தாய் அவளின்
கன்னியத்திற்கும்...
பெண்ணியத்திற்கும்
இலக்கணமாய்...

63. பிரிவு

மாலையில்
மங்கிடா
மங்கை அவளின்
குரல்...

தேடியும்
கிடைத்திடா
தேன் அமுதின்
நிழல் ....

தேடியே
அலைகிறது
என் விழிகளும்
என்னைத்தேடும்
விழிகளை...

வழியின்
வாசலில்
விழி இமைக்காது
காத்திருக்கிறேன்...

வருவாள்
நல்வாழ்வு
தருவாள்
என...

நிஜத்தில்
இல்லை
என்றாலும்....

நினைவிலாவது
வாழ்ந்துவிடிகிறேன்...

நித்தமும்
நித்திரையில் ...

என்
நித்திரையிலும்
அவள்
என்ற
முத்திரை பதித்தவள்

அவள்...
என் அவள்...

64. பிறையும் பின்தொடர

பிறையும்
பின்தொடர...
பிம்பங்களும்
கண் அசர...
உலகமே
உறக்கத்தில் வீழ...
நான் மட்டும்
அவள் நினைவில் வாழ...
கனவுகள் நீள...
நினைவுகள் மீள...
அவள் வார்த்தைகள்
வாசனைகளாகவும்...
அவளின் பிம்பம்
யோசனைகளாகவும்
என்னை ஆள...

அவள்
அன்பில் வீழவே
வாழ்கிறேன்...
மீண்டும் மீண்டும்...

இது
என்அவள்
என்று ஆனாலும்...
இல்லை,
என்
எண்ணங்களில் அவள்
என்று போனாலும்...

என்றும்
இவன்
உன்அவன்....

65. புறக்கணிப்பு

நான்
நானாக இல்லை...

என்னவளும்
இன்று
எனக்காக இல்லை...

நான் எழுதும்
எழுத்துக்களும்
அவளை சேருமோ..
இல்லை...
காலங்கள்
இனியும்
கண்ணீருடனே
நீளுமோ!!!

பரிதவிப்பினால்
பேசப்படும் வார்த்தைகளால்
புறக்கணிக்கப்படுகின்றன...
பல பரிசுத்த
இதயங்கள்...

பரிதவிப்பினால்
இவன்
புறக்கணிக்கப்படுவதை
இனி
எவர் கணிப்பாரோ !!!

66.கலைந்த கனவுகள்

கனவுகள்
இவனுக்கு புதிதல்ல...

ஆயிரம் கனவுகள்
கண்டவன் இவன்...

கனவுகள் நனவாகும்
என்ற
கானல் எண்ணம் கொண்டவன்...

இவன் அழுகைகளையும்
தொழுகைகளையும்...

எழுத்தாணி கொண்டு
எழுத்துகளை
ஆணிகளாக அரைகிறேன்
மனதில்...

காயமுற்ற மனதிற்கு
வேதனைகள் புதிதல்லல...

காயங்களும் கனக்கின்றன
கண்ணீரின் ஈரங்கள் காயாமல்...

நேசித்த உள்ளத்தின்
ஓரங்களிலாவது
ஈரமிருக்கும் என்றிருந்தேன்...
ஆனால்
அது ஈரமின்றி
இவனை பாரம் என்றிருந்திருக்கிறது...

பாரமான இவன்
இன்றும்
ஈரங்களை சுமந்தபடியே...

67. போரில் வென்றவர்

பெயர்களை
பெற்றுத்தரும் போரில்...

வாள்களேயன்றி
வார்த்தைகளும்
வீசப்படுமாயின்

போரில் நின்று
வென்றவர்
யாரும்
இருந்திருப்பதில்லை
இன்றளவும்...

68.நீதான்டி

நீதான்டி...

என்
வறுமையின்
வசந்தம்
நீதான்டி...

என்
இன்னல்களிலும்
இதயமாய்
நின்றாயடி...

விடியற்காலையிலும்
விடியலாய்
வந்தாயடி...

உறக்கத்தின்போதும்
இமைகளின் மத்தியில்
குடி கொண்டாயடி...

நான்
தேடிய
தேடல்களின்
தேனமுதாய்
வந்தாயடி....

என்
உலகமே
நீயென
உன்னை
நாடி வந்தேன்டி...

69. இல்லை இங்கு மனசாட்சி

உழைக்க
வந்தவனே...

உணவளித்து
செல்பவனே...

தழைக்கச்செய்த
உன்னை...

தலைகுனிய
வைத்தோமே...

எட்டுத்திக்கும்
உன் பேச்சு...

தேடியும்
பார்த்தாச்சு...

இல்லை இங்கு
மனசாட்சி...

என்றும்
நின் கரமே
என் வரம்...

இதை
உயிருள்ளவரை
உணர்விலும்...

மரணம்
அனைக்கும்வரை
மனதிலும்
வைத்து
வாழ்ந்திருப்பேன்..

70.அவலம்

உயிர்
தந்த
உயிர்களை
உறவில்லை என
உதறிவிட்டாயே!!!
இது
பெற்றோருக்கு
செய்யும்
அவலம்...

ஒழுக்கம்
ஒழுக்கம்
என படித்துவிட்டு
அதை
படிப்புடன் மட்டுமே
நிறுத்திக்கொண்டாயே!!!
அது ஒழுக்கத்திற்கு
செய்யும்
அவலம்....

மனிதனாய்
பிறந்துவிட்டு
மனிதநேயமின்றி
வாழ்கிறாயே ...
இது
நீ
உனக்கே
இழைக்கும்
அவலம்...

71.அவளின் பார்வை

பார்வை

என்னில்
உன்னையும்...

உன்னில்
என் தாயையும்

உணரவைத்த
ஒற்றைச்சொல்...

72.தாயின் ஏக்கம்

பேச
இயலாத
என் குழந்தை
அன்பென்ற குரலில்
என்னை
அம்மா என்று
அழைத்திடுமா!!

அந்த
அன்பான வார்த்தை
கேட்க இயலாத
என் செவிகளில்
என்றாவது
கேட்டிடுமா?

அவ்வார்த்தைக்காகவே
காத்திருக்கிறேன்
என்
கண்களில்
கண்ணீர் மல்க...

73. வீழ்ச்சி

வாழத்தானே
வந்தேன்...

ஏன்
வீழச்செய்து
பார்க்கிறாய்
என்னை...

வாழாமல்
வீழ்வதில்லை...

விதியே!!!

விதியே
நீ
மதியிழந்து
போனாயோ!!!

விதி
என்னும்
பெயரில்
சதி
செய்ய வந்தாயோ...

ஊரெல்லாம்
தேடியும்
கிடைக்கவில்லை
உன்னைப்போல்
ஒருவனை...

தீவினை
திண்டாட...
நல்வினை
செழித்தோட...

நாங்கள்
வாழப்போகும்
நாள்
வெகுதொலைவில்
இல்லை...

74. வரதட்சணை

வரன்களே
உன்னை
உன்
வாழ்வின் இறுதிவரை
வரமாக
பார்த்துக்கொள்பவளுக்கு
எதர்கடா
தட்சணை????

உன்
வாழ்வில்
அவளின்
வரவே
தட்சணை
தான் அல்லவா???
அது
இல்லையெனில்
அவளை கொல்லவா !!!

பெற்றவளையும்,
பேனுபவளையும்
மனம்
கோணாமல்
பார்ப்பவன் அல்லவா
ஆண்...

வாழவைக்காமல்
அழித்து
வீழவைப்பதா
வாழ்க்கை....

75. மூன்றாம் அலை

மூன்றாம்
அலையானால் என்ன?
முப்பதாம்
அலையானால் என்ன?
இருக்கும்வரை
நம்பிக்கையுடனும்,
மன உறுதியுடனும் இரு...

விதி...
நமக்கு
விதைத்திருக்கும்
விதிகளை...
வீழ்த்தி பார்ப்போம்!!!

76. பாடகன்

இதுவரை
எந்த
சங்கீத வகுப்புகளுக்கும்
சென்றதில்லை...

ஆனால்

பாடகன்
ஆகிவிடுகிறான்
ஒவ்வொருவனும்

அவனுக்கு
நினைவளித்த..
அவளின்
நினைவுகளால்...

77.உறவுகள்

அன்பென்னும்
ஆறு
என நினைத்து
இறங்கினேன்...

கஷ்டம்
என்னும் கடலாக
இருக்கிறது...

பணம்
என்னும்
பாலத்திலே
உறவுகள்
பலரும்
கடக்கின்றனர்...

கஷ்டம்
என்னும்
கடலில் இருந்து
என்னை
கை கொடுத்து
காப்பற்ற
யாரும்
முன்வரவில்லை...

முயற்சி
என்னும்
நீச்சலிலே
அவர்களுக்கு
முன்பாக

கரைக்கு
வந்துவந்தேன்...

நலம்
விசாரிக்கின்றனர்
அனைவரும்
நட்புடன்...
ஏதோ ஒரு
தேவையுடன்...

உளமார
உதவினேன்...

நன்றி
மறக்கும்
உலகம் அல்லவா...

மறந்தனர்
மறுமையில்
உதவியவனை...

செல்கிறேன்
செல்லாத
என் அன்புடன்
வெறுமையாக...

வளமாக
வாழ்ந்தேன்
என்பதைவிட
உளமாற
வாழ்ந்தேன்
என்ற
மன நிறைவுடன்...

78. தேடல்

123

தேடித்தான் பார்க்கிறேன்

... இன்னும் ....

...தெரிந்த என்னில்...

...தெரியாத உன்னை...

79. மழை

பறந்தோடும் பறவைகள்...
பார்த்து நிற்கும் பழைய வீடுகள்...
ஆடிப்பாடும் மரங்கள்...
பாயந்தோடும் மனிதர்கள்...
உலா செல்லும் மேகங்கள்...
ஊரைவிட்டு செல்கின்றனவோ?
இல்லை,
ஊரை செழிக்க செய்கின்றன...
கோடை வெயிலின் இறுதி...
கொட்டித்தீர்க்கும் மழை...
நனைகிறேன் நான்
ஜன்னலின் ஓரங்களில் அமர்ந்தபடி...
பார்கத்தான் செய்கிறேன்...
பாகுபாடின்றி பொழிகிறது
..........மழை..........
ஆனால் மனிதனின்
என்னமோ ! என்னவோ !!
முற்றிலும் எதிர்மறையாக...

80. கொரோனாவின் ஏக்கம்

கொரோனாவே நீ எங்கிருந்து வந்தாய்...
விலங்குகளிலிருந்து வந்தாயோ?
அல்லது
பறவைகளில் இருந்து வந்தாயோ?
மகிமையின் படைப்பான மனுகுலத்தை
அழிப்பதற்கு மனுகுலமே உருவாக்கி அனுப்பினார்களா?
மனுகுலத்தின் உயிர்காக்கும் மருத்துவரையும் அழிக்க
உருவெடுத்தாயோ!!!
வலிமையான மனிதனை உருவாக்கி மனுகுலத்தை அழிக்க
இறைவனும்
வழிவகுத்தாரோ???
சிறகுகள் இல்லாமல் பறந்து திரியும்
சிறு குழந்தையும் பாதித்தாயே...
பகுத்தறிவு உள்ள மனித குலத்தை
பாடையில் போக வைத்த உன்னை
பழியாக்க...
படைத்த இறைவனும்
இறங்க மாட்டாரோ...
என்று தீரும்
உன் உயிர் ஏக்கம்???

81.ஏளன கற்கள்

உன்னை நோக்கி
ஏளனமாய்
வீசப்பட்ட கற்கள்
அனைத்தும்...

ஒருநாள்
உன் பின்
உயர்ந்து நிற்கும்
கோட்டையாக...

காத்திரு
பொறுத்திரு...

ஏளன கற்கள்...
ஏராள கோட்டைகளை
எழுப்பும்...

எழுவாய்
எரிமலையாய்...

உன் சொப்பனங்கள்
அனைத்தும்
மற்றவர்களுக்கு
சிம்ம சொப்பனமாகும்...

நீ சிங்கமாய்
சிங்காசனத்தில்
வீற்றிருப்பாய்
வீரனே....

விழித்திரு...
விடியும் உனக்கான விடியல்....

82.நினைவலைகள்

நினைவுகளை
நீங்கிச்செல்லாமல்...

உன்
நினைவுகளை
ஏந்திச்செல்கிறேன்....

நிமிடங்கள்
நீண்டுசென்றாலும்...

காலங்கள்
கரைந்துசென்றாலும்...

உன்
நினைவலைகள்...
இமயமலைகளாய்...
உயர்ந்து செல்கின்றன...

நான்
மட்டும்
நின்றுகொண்டிருகிறேன்...
என் நிழல் அன்டையில்...
நிலையான
உன் நினைவுகளுடன்...

83.தொலைந்த என்னில்

வேலை தேடி அலையும் ஒவ்வொருவரின் மனம் படும் பாடுசொல்லிமுடிவதில்லை. வேலை தேடி எவ்விடம் சென்றாலும் அனுபவம் உள்ளதா என கேட்கப்படுகிறது... எந்த நிறுவனமாவது வேலை கொடுத்தால் அல்லவா அனுபவம் என்பதே சாத்தியம்.... ஓடிக்கொண்டே இருக்கிறோம் என்றாவது நமக்கான நாள் வராதா என்ற ஏக்கத்துடன்...

தேடி
ஓடிக்கொண்டே
தான்
இருக்கிறேன்...

கிடைத்த
வாய்ப்பையும்...
கிடைக்காத
வேலையையும்...
தேடி...

தேடி தேடி
என்
தேடல்களில்
நான்
தொலைந்துகொண்டிருக்கிறேன்...

தினமும்
தொலைந்த என்னில்
தொலையாத கனவுகளுடன்...

85. நீரும்... போரும்...

இமை
மூடுவதையும்...

உன்னை
தேடுவதையும்....

ஒன்றெனவே
என்னுகிறேன்...

உன்னை
தேடும்போது
கண்ணில் நீரும்...

இமை
மூடும்போது
மனதில்
போரினையும்
உண்டாக்கிச்செல்கின்றன...
உன் நினைவுகள்....

86. செய்தித்தாள்

131 | செ. இராஜாஜி

நாள்தோறும்
நாளிதழில்
வாசிக்கவே ஆசைப்படுகிறேன்...
நான்கு
நல்ல செய்திகளை!!

87.ஏழை மனம்

நேசம்
அது
வேசமில்லாமல்
எதிர்பார்க்கிறேன்...

நேரமோ
என்னவோ
தெரியவில்லை..

நொடிகளும்
நொறுக்கிப்போடுகின்றன
மனதை..

எதிர்பார்ப்புகளோடே
ஏங்கி தவிக்கிறது
ஏழை மனம்...

ஏழையானாலும்
பரவாயில்லை
கோழையாக
மட்டும்
ஆகிவிடாதே
என்
மனமே...

88.தாயின் ஏக்கம்

பேச
இயலாத
என் குழந்தை
அன்பென்ற குரலில்
என்னை
அம்மா என்று
அழைத்திடுமா!!

அந்த
அன்பான வார்த்தை
கேட்க இயலாத
என் செவிகளில்
என்றாவது
கேட்டிடுமா?

அவ்வார்த்தைக்காகவே
காத்திருக்கிறேன்
என்
கண்களில்
கண்ணீர் மல்க...

உருவாக்கிய
இறைவனின்
உள்ளமும்
உருகிடாதோ
இத்தாயின் ஏக்கத்திற்கு ?

89. போலிகளும்... நீதிகளும்

விட்டு
சென்றவைகளையும்...

விலகி
சென்றவர்களையும்...

விட்டுவிட்டேன்...

போகட்டும்
போலிகள்...

இனிமேலாவது
வாழட்டும்
நீதிகள்...

90. வாழவந்தான்

வாழவந்தான்!!!
வாழ தான் வந்தான்
மதங்களிலே வீழ்ந்து
ஜாதிகளிலே தாழ்ந்து
ஒற்றுமையில் பிரிந்து
வேற்றுமையில் பிணைந்து
மனிதங்களை இழந்து
சமரசங்களை மறந்து
இறந்து கொண்டிருக்கிறான்
நித்தமும்...
நித்திரையிலும் கூட ...
நிந்தைகளை எண்ணியபடி...

91.காதல்

உரக்கம்

நான்
உனக்காக காத்திருக்கும்
சொர்க்கம்...

கனவு

நான்
உன்னோடு வாழும்
உலகம்

விடியல்

உன்
நினைவுகளுடன்
வாழும் நாள்

தொலைபேசி

நீ
அழைக்காதபோதும்
அழைப்பதாக
எனனி
உன் நினைவுகளுடன்
உரையாடும்
நிசப்தம்

அமைதி

மனதினுள்
உன்னோடு
சத்தமாக பேசும்
உரையாடல்

92. வேதனைகளின் உச்சம்

தேரடியில்
போராடும்...
முதியவர் இருவரின்
உரையாடல்
அவர்களின் மனதுடன்...

முதியவர்(தந்தை)

பத்துமாதம்
சுமந்து
புறம்தள்ளியதால்
என்னவோ!!!
இவளை
இப்போது
வீட்டிலிருந்து
புறந்தள்ளினாளோ!!

உதிரத்தை
உயிராக ஊட்டியதால்
என்னவோ!!!
உயிலை
எழுதி பெற்றுக்கொண்டு
ஊரைவிட்டு
துரத்தினாளோ....

முதியவர்(தாய்)
,,,,,,,,,,,,,,,,,,,,,,,,,,,,,,,,,,,,,,

பாசத்தை
வேசமின்றி
காட்டியதால்
என்னவோ !!
இவரை
பார்க்க மாட்டேன்
என்றானோ!!!

அவன் கால்
கல்லில்
இடறாதபடிக்கு
தூக்கி
சுமந்ததால்
என்னவோ!
இன்று இவரை
தூக்கி எறிந்தானோ !!!

(இருவரின் மனம்)

துரத்தினாலும்
தூக்கி எறிந்தாலும்
என் மகனே
நீ
நன்றாக இரு
என்ற
வார்த்தையுடன்
கண்ணீர் மல்க
கையைந்தியபடி
நகர்கிறது
இவர்களின் வாழ்க்கை
தேரடியில்.....

93. ஊமைக்காதல்

பாவம்
என்னவனுக்கு
தெரியாதே போனது...

நாம்
என்ற சொல்
நானலாகவும்...

காதல்
என்ற சொல்
கானலாகவும்...
போகப்போகிறது என்று...

94. கோபம்

கோபம்
என்பது
மேகம் போல்
இருத்தலே
சிறப்பு....

கோபம்
மேகம்போல்
கரைந்து
உறவுகளின்
உணர்வை
மழையாக
பொழியச்செய்யும் ...

அவளின்
கோபங்கள்
அனைத்தும்
இறுதியில்
இனிய அன்பின்
மழையாகவே
பொழிந்து செல்கிறது
என்னில்....

95.பட்டாம்பூச்சி

வனமெல்லாம்
அலையும்
வண்ணச்சிறகே!!!

மனமெல்லாம்
கவரும்
அழகின் உருவே!!

அழகிலும்,
அமைதியிலும்
சிறந்தவள் என்பதால்
உனது பெயரிலும்
பட்டம் கொடுத்தார்களோ?

மனமுள்ள
மலர்களின்
மனம் கவர்ந்தாயே...

வாசனையான
பூக்களும்...
வாசலில்
காத்திருக்கின்றன...
உன் வரவை என்னி...

சிறகுள்ளவைகளில்
சிறந்தவள் என்பதாலோ!!!

96.விடியல்

143 |

விடியும்
முன்பே
விழித்தெழு....

அன்று
விடிகின்ற
விடியல் ...

உனக்காய்
விடியட்டும்...

97. மாய்ந்த என்னில்

இறந்த என்னில்
இன்றும் வாழும்
உயிர் நீ...

மாண்ட என்னில்
மாயாத உன் நினைவில்
தேயாத சூரியனும்
தேய்ந்ததோ இல்லை மாய்ந்ததோ...

தேடிப்பார்க்கிறேன்...
வெளிச்சம் என்ற ஒன்று
வெளியிலும் தெரியவில்லை...

உன்னை மறந்தும்
இருந்திடாத இவன்...
இன்று நீ மறந்ததால்
இறந்தேனோ?

மறையாது என
உனக்காக
நான் மனதில் கட்டிய
கோட்டை
இன்று மறையவில்லை
மண்ணினுல் கரையானால்
கரைகின்றன...

அவைகளுக்கு
என்ன தெரியும்
கல்லறையில்
நான் சுமப்பது
உடலை அல்ல
உயிரை என்று...

98.நினைவுகள்

நிஜங்களை
நினைவுகளாக்கி
நினைத்தே வாழ்கிறேன்...
உனது
நிழலின்
ஒளியில்...

99. மாற்றம்

கடல்களை
எல்லாம்
திடல்களாய்
மாற்றிவிட்ட
பெருமை...
மனிதனையே
சேரும்...

இதற்கு

மடல்கள் வேறு...

நீர்நிலைகளை
போர்களங்களாய்
மாற்றிவிட்டு...

உண்மையை
மறைத்துவிட்டு...
நம்மை
ஊமையாகவும்...
ஊனமாகவும்...
மாற்றுவதா
மானுடன்
படித்த
மனிதம்...

வளர்ச்சி
என்ற
பெயரில்
வாழ்விழந்து
நின்றோமே
நண்பா!!!

100. மீன் போன்ற நான்

தேசம் என்னும் கானலில்
நேசம் என்னும் நீரை தேடும் மீன்...

தேசம் முழுவதும்
வேசமே தவிர
நேசமில்லை.......

101. தன் வீட்டு அகதி

கோவிலாம் வீட்டினில்
தெய்வங்கள் வாழ்கயில்...

துன்பங்களும்
தூரத்தில் நின்று
ரசிக்கும்
அன்பிற்கினிய
கூடு இந்த வீடு...

தொற்றிகொண்ட
நோயினால்...

தோற்றம் இழந்த
தொன்மையான பொக்கிஷம்
தகப்பன்...

தோற்றத்தில் குறையுற்ற
தகப்பனை வெளியேற்றி
திரையிட்டான் திருமகன்...

வாழ்வளித்த வள்ளல்
வாசலில் நின்றிருக்க
வாழ்க்கை பெற்ற இவள்
எப்படி
வசதியாய் வாழ்ந்திருப்பாள்...

கணவனின் கண்ணீரை
ஏந்தியபடி....
கண்ணெல்லாம் இருள் அடைக்க...
உடலெல்லாம் சோர்வளிக்க...
ஊரெல்லாம் முறுமுறுக்க...

கண்ணில் எழும்
கண்ணீரை
மண்ணில் விதைத்தபடி
மன்னவனுடன் ...
மனமுடைந்து செல்கிறாள்...

மன்னவன் பசியால்
மயங்கி விழ...
விழுவதை கண்டு
அங்கு கூடியவர் பல...
ஏழை மகள் இவள்
என்ன செய்வாள்...

மகனிற்காக ஏந்திய
கரங்களில்...
இன்று
பணத்திற்காக
ஏந்துகின்றன...

தாலி வரம்
எனக்களித்து
என்னை வேலியிட்டு
காத்த ஆண்மகன் (கணவன்)

பேன ஆளில்லாமல்
பெய்து தீர்க்கிறான்
கண்ணீரை....

இதை கண்ட இவள்
கடவுளிடம்
நான் வார்த்த பாலும்
இன்று வாய்க்கரிசி ஆகுமோ ????

www.ingramcontent.com/pod-product-compliance
Lightning Source LLC
LaVergne TN
LVHW091712190726
843493LV00001B/271